ஒரு சிறிய இடைவேளைக்குப் பிறகு

பாரதி கவிதாஞ்சன்

பரிசல்

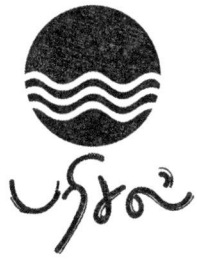

ஒரு சிறிய இடைவேளைக்குப் பிறகு
பாரதி கவிதாஞ்சன்
© உமாராணி கோபாலகிருஷ்ணன்

பரிசல் முதல் பதிப்பு: டிசம்பர் 2019

வெளியீடு: பரிசல் புத்தக நிலையம்
235, P. பிளாக் MMDA காலனி
அரும்பாக்கம், சென்னை – 600 106.
பேச: 9382853646
மின்னஞ்சல்: parisalbooks@gmail.com
அச்சுக்கோப்பு வி. தனலட்சுமி
அட்டை வடிவமைப்பு: சந்தோஷ் நாராயணன்
அச்சாக்கம்: ரவிராஜா பிரிண்டர்ஸ், சென்னை - 600 005.

ISBN: 978-81-944560-5-6

பக்கம்: 106

விலை ரூ: 120

Oru Siriya idaivalikku piragu
Bharathi Kavithanjan
© Umarani Gopalakrishnan

Parisal First Edition: December 2019

Published by Parisal Putthaga Nilayam
No. 235, P-Block MMDA Colony
Arumbakkam, Chennai - 600 106.
Mobile: 93828 53646
email: parisalbooks@gmail.com
DTP : V. Dhanalakshmi,
Wrapper Design: Santhosh Narayanan
Printed at:Raviraja Printers, Chennai - 5.

Pages: 106

Price Rs. 120

பாரதி கவிதாஞ்சன் (10.06.1972)

இயற்பெயர் கோபாலகிருஷ்ணன் இராமசாமி, காஞ்சிபுரம் மாவட்டம் கிழக்கு கடற்கரை சாலையில் உள்ள இடைக்கழிநாடு என்னும் நெய்தல் நிலமான கோட்டைக்காடு என்ற கிராமத்தில் பிறந்தவர். சென்னை பச்சையப்பன் கல்லூரியில் இளங்கலையும், சென்னை பல்கலைக்கழகத்தில் முதுகலை பட்டப்படிப்பும், அண்ணாமலை பல்கலைக்கழகத்தில் எம்பிஏ மற்றும் ஸ்ரீ வெங்கடேஸ்வரா பல்கலைக்கழகத்தில் சட்டமும் பயின்றவர். 1992இல் 'நிறம் மாறும் நிஜங்கள்' என்னும் முதல் கவிதைத் தொகுப்பு வெளிவந்தது. இருபது ஆண்டுகளுக்கும் மேலாக கவிதையெழுதுவதை தவிர்த்து வந்தவர் நீண்ட இடைவெளிக்குப் பிறகு மறுபடியும் எழுதத் துவங்கியிருக்கிறார். சென்னையில் துறைமுகம் சார்ந்த ஒரு பன்னாட்டு நிறுவனத்தில் பணிபுரிந்துக்கொண்டிருக்கிறார். வாழிடம் சார்ந்த உறுதிப்பாடுகள் ஏதுமற்ற சூழலில் தற்போது அரக்கோணத்தில் வசித்து வருகிறார்

மனைவி: உமாராணி, மகன்: சுதேசமித்திரன்

அலைபேசி : 73580 33444

மின்னஞ்சல் : bharathi.kavithanjan@gmail.com

நன்றி

கவிஞர்.இந்திரன், ஆதவன் தீட்சண்யா, பரிசல் சிவ.செந்தில்நாதன், யாழன் ஆதி, பிரளயன், இயக்குநர் பா.இரஞ்சித், அதியன் ஆதிரை, சுகிர்தராணி, தேன்மொழி தாஸ், ஓவியர்.சந்தோஷ் நாராயணன், ஓவியர்.முகிலன், வெய்யில், தமிழ்பிரபா, கவிப்பித்தன், கரன் கார்க்கி, ND ராஜ்குமார், இரா.தெ.முத்து, யுகபாரதி, புது எழுத்து மனோன்மணி, கருப்பு பிரதிகள் பா.நீலகண்டன், அழகிய பெரியவன், கோ.கலியமூர்த்தி, கோ. பாரதிமோகன், திண்டுக்கல் தமிழ்பித்தன், பூவிதழ் உமேஷ், ஏகாதசி, மௌனன் யாத்ரிகா, உமாமோகன், மனுசி, கவின் மலர், கயல், ஜூலியட் ஜெனிபர், நா.வே.அருள், வேல் கண்ணன், பா.ஜெய்கணேஷ், நா.முத்துநிலவன், கோசின்ரா, பூர்ணா, இரவிதாசன், வி.உ. இளவேனில், சிங்கார சுகுமாறன், ஸ்டாலின் சரவணன், முத்துவேல், ஜெயபுதீன், பச்சோந்தி, தி.பரமேஸ்வரி, ஜெய்குமார், பா.ம.மகிழ்நன், அறிவு, கவின் ஆண்டனி, முருகன் மந்திரம், ஜெ.பி.தென்பாதியான், பா.பிரேம், தேசத்தின் குரல் இரகு, காமராசன் மண்டகளத்தூர், சுமதி விஜயகுமார், சவிதா முனுசாமி, வி.தனலட்சுமி மற்றும் சுதேசமித்திரன்.

ஒரு காட்டுமிராண்டியை செதுக்கி செதுக்கி
மனிதனாய் மாற்றி
எருகலைத்த நிலத்தில் பச்சைக்கட்டி நிற்கும் பயிராக
என் கனவுகளுக்கு நிறம் கூட்டிக்கொண்டிருக்கும்
என் சரிநிகர்
உமாராணிக்கு

முன்னுரை

சொற்களை வேட்டை நாய்களைப் போல்
பழக்கும் கலை   - இந்திரன்

"கண்களை மூடிக் கொண்டு பார்" - ஜேம்ஸ் ஜாய்ஸ்

விமான நிலையங்களின் நகரும் படிக்கட்டுகளைப் போல இன்றைய தமிழ்க் கவிஞனின் காலுக்குக் கீழே இருக்கும் நிலம் நகர்ந்து கொண்டே போகிறது. என்னிடம் முன்னுரைக்காக வருகிற ஒவ்வொரு கவிஞரைப் படிக்கிறபோதும் இதை உணர்கிறேன். இப்படித்தான் அன்று பரிசல் சிவ செந்தில்நாதன் அழைத்து வந்து அறிமுகப்படுத்திய பாரதி கவிதாஞ்சன் என்பவரின் கவிதைகளைப் படித்துப் பார்த்தபோதும் உணர்ந்தேன்.

அவரது கவிதைகளை என் கையில் கொடுக்கிறவரை அவர் எனக்கு ஒரு அநாமதேயம். தமிழ்நாடு முழுவதும் கொட்டிக்கிடக்கும் சிற்ப சாதனைகளைச் செய்த சிற்பிகள் எப்படி ஒரு பெயர்கூடத் தெரியாத அநாமதேயமோ அதுபோலத்தான் அவரும். "ஆப்பிரிக்க வானம்", "காற்றுக்குத் திசை இல்லை", "பசித்த தலைமுறை" என்று நீளும் எனது எல்லா நூல்களையும் படித்தது மட்டுமின்றி இவற்றின் பாதிப்பில் கவிதைகளும் எழுதி இருப்பதாகச் சொல்லி தனது கவிதைத் தொகுதியின் பிரதியொன்றை என்னிடம் காட்டினார். அதுதான் அவரது பாஸ்போர்ட். கவிதைப்

பிரதியின் பக்ககங்களைப் புரட்டி அங்கும் இங்குமாகப் படித்துப் பார்த்தேன்.

> "பிறருக்காக சிந்தும் ஒரு துளிக் கண்ணீரில்
> ஒரு சமுத்திரம் இருக்கிறது"

பாரதி கவிதாஞ்சனின் இந்த வரிகளைப் படித்தவுடன் அவரது கைகளைப் பற்றிக் கொண்டேன். அவரது சொந்த ஊர் எதுவெனக் கேட்டேன். புதுச்சேரிக்குப் போகும் வழியில் இருக்கும் இடைக்கழிநாடு என்று சொன்னார். இடைக்கழிநாடு என்பது கடலும் கடல் சார்ந்த வாழ்வும் கொண்டதென்பது எனக்குத் தெரியும். அப்போதே இடைக்கழிநாட்டின் கடல் எனக்குள் புரளத் தொடங்கி விட்டது. அவரது கவிதைகளை ஒவ்வொன்றாகப் புரட்டிப் படித்துக் கொண்டே போனேன்.

> "நிலத்தின் வெயில் விழாத
> அடர்வனத்தின் இருளில் மெல்ல நகரும்
> ஒரு காட்டுக்கு
> யானையொன்றின் சாயல்."

எனும் வரிகளைப் படித்தபோது இவர் சொற்களைப் படிமங்களாக்கும் கலையில் தேர்ந்திருப்பது புலப்பட்டது. கவிதையின் தொடர் போக்கில்

> "மூதாதையர்களின் வழித்தடங்களில்
> நீருக்காகக் கீழிறங்கும் ஒரு பெருவனத்தைத்தான்
> நீங்கள் அபகரித்துக் கொண்ட நிலங்களிலிருந்து
> யானையென்று விரட்டிக் கொண்டிருக்கிறீர்கள்."

என்று இவர் தொடர்ந்து எழுதிக் கொண்டு போகிறபோது காட்டையே ஒரு யானையாகவும், யானையையே ஒரு காடாகவும் இரண்டு பிம்பங்களை ஒன்றின் மீது ஒன்றாக அமைத்து மாயம் செய்யும் கலை நிகழ்கிறது.

இப்படியே இவர் தனது கவிதைத் தொகுதி முழுவதிலும் "கரு சுமந்த ஓடுகள் உடையும் சத்தம் "கேட்பதையும்," நீரின்றி தவிக்கும் உயிர்கள் காடுகளை விட்டு வெளியேறும் "காட்சிகளையும், பகல் நேரங்களில் சகமனிதனை

வேட்டையாடும் மனிதனைப் பார்த்து பயந்து பகலில் வெளியே வரத் தயங்கும் கூகைகளையும், மணற் குழந்தைகளைக் கடத்திய கதையை ஊற்றெடுத்து வரும் நதியிடம் சொல்லக் காத்திருக்கும் அகதியான கூழாங்கல்லையும், எங்கோவொரு சேரியில் எரியும் சுடுகாடு மறுக்கப்பட்டவனின் பிணவாடையையும், தூங்கா நகரமொன்றின் ஏதாவதொரு பாலத்தின் மங்கிய வெளிச்சத்தில் படுத்துறங்க இடம் தேடும் கடவுளையும் துண்டு துண்டாய் எகிறித் தாவும் காட்சிகளாகக் காட்டிச் செல்கிறபோது "யாவருக்குமாய் வலிகளைக் கடக்கும் ஒரு வாழ்க்கை" அடுக்கடுக்காய் நம் கண் முன்னால் விரிகிறது.

இன்று தமிழ்க் கவிதையின் மாடித்தோட்டத்தில் விடலைத்தனமான காதல் ஈவ் டீசிங்குகள், வேதாந்த விசாரங்களின் கன்னத்தில் மரு ஒட்டி தற்கால கவிதை என்ற மாறுவேஷ வீதி உலா, விட்டேத்தியாய் உதிர்க்கப்படும் புலம்பல்களை தத்துவ தரிசனமாகக் காட்டும் பாவ்லா, காதலை இழந்து புலம்பும் தேவதாஸ்களின் வார்த்தை விளையாட்டு, காகிதப் பூக்களால் காதல் மணவறை ஜோடிப்பதில் சலிப்பே தட்டாத திரைக் கவிஞர்கள் என்று பல்வேறு மோஸ்தர்களில் காய்கறிகளும், பழங்களும் விளைந்து தமிழகத்தின் இலக்கியச் சந்தையில் வலம் வருபவற்றிலிருந்து இவரது கவிதைகள் வித்தியாசப்பட்டு இருப்பதை என்னால் உணர முடிந்தது.. பாரதி கவிதாஞ்சனின் கவிதைகள் மாடித்தோட்டத்து விளைபொருள் அல்ல. உழுது பண்படுத்திய சேற்று வயலில் விளைந்த நெற்பயிர்தான் இவரது கவிதைகள்.

இந்த இடத்தில் மொழி என்பது சமூகம் தயாரித்த ஒரு உற்பத்திப் பொருள் என்பதை நாம் மறக்கக் கூடாது. பண்பாட்டு ரீதியாக தலைமுறை தலைமுறையாகக் கடத்தப்பட்டு அந்தந்த தலைமுறைகளின் தேவைக்கேற்ப மாற்றங்களை ஏற்று வருவதுதான் மொழி. இதனாலேயே கவிஞன் தனது கவிதையை அந்தந்த காலத்துக்கு ஏற்ற மொழியில் சமைக்கத் தலைப்படுகிறான். ஐரோப்பிய , ஆப்பிரிக்க, மூன்றாம் உலகக் கவிதைகளில் மனதைப் பறிகொடுத்த பாரதி கவிதாஞ்சன்

தனது கவிதைகளில் ஐரோப்பிய கவி வடிவ மரபையே பெரிதும் ஏற்றுக் கொண்டிருப்பதை கூர்ந்த வாசகனால் கவனிக்க முடியும்.

இதனால்தான் பாரதி கவிதாஞ்சன் கவிதைகள் அழகியலை உபாசிக்கும் சொல்முறையைக் கைக்கொண்டபோதிலும், இவர் கவிதைகளின் அடி நாதமாகத் தமிழகத்து சமூக வாழ்வுக்குள் மறைந்து நிற்கும் அநீதிகளால் கட்டமைக்கப்பட்ட துயர் மிகு வாழ்க்கை தனது கசப்பை வெளிக்காட்டி விடுகிறது. இதனையே "நகரும் காலத்தின் துயரத்தினைத் தொட்டெழுதியத் தூரிகை நான்" என்று பாரதி கவிதாஞ்சன் சொல்கிறார். இவர் வெறுமனே அழகை ஆராதிப்பதற்காக கவிதையெழுத வந்தவர் இல்லை என்பது நமக்கு வெட்ட வெளிச்சமாகி விடுகிறது.. "காந்தியின் மூன்று குரங்குகள்" பற்றியும், எட்டுவழிச் சாலை பற்றியும், மணல் கடத்தல் பற்றியும், சாதியை ஒழிக்கும் வழி பற்றியும், புதிய கல்விக் கொள்கை பற்றியும், டிஜிட்டல் இந்தியா பற்றிய இவரது அரசியல் கவிதைகள் மின்போலடிக்கின்றன.

இவரது காலுக்குக் கீழே இருக்கும் பூமி மெல்ல நகர்ந்து கொண்டே இருக்கிறது. இவரோ ஸ்திரமாகக் கால்களை ஊன்றி நின்றபடி இருக்கிறார். தனது கவிதைக்கான சொற்களைக் கவனமாகத் தேர்ந்தெடுத்துக் கொண்டிருக்கிறார். தனது சொற்களை வேட்டை நாய்களைப் பழக்கி வைத்திருப்பதுப்பது போல பழக்கிக் கொண்டிருக்கிறார். இவரது சொற்கள் வெறுமனே குரைக்கும் நாய்களல்ல என்பது எனக்குப் புரிகிறது. சீரழியும் சமூகத்தின் தொடை எலும்புகளைத் தெளிவான சமூக சிந்தனையோடு கவ்விப் பிடிப்பவையாக பாரதி கவிதாஞ்சனின் கவிதைகள் விளங்குகின்றன.

இந்திரன்

காற்றில் உதிரும் இறகொன்றை
கையில் ஏந்துகிறேன்
புறவெளியில் திசைகளை தொலைத்த பறவையொன்றின்
வாழ்வு கனத்துக் கிடக்கிறது

மனிதர்களற்ற
மரங்களற்ற
சிறு பறவையொன்றின் ஈரக்குரலற்ற இவ்வனத்தில்
எங்கனம் சுகிக்க இயலும்
எனது தனிமையை

பொருள்வயிற்றுப் பிழைப்பிற்கும்
அதிகாரத்திற்கும் எதிராய்
நகரும் வாழ்வொன்றின் உப்பேறியக் காயங்களிலிருந்து
கசியும் துயரத்தின் வலிகள்
பருந்தின் கூரிய நகங்களில் வழியும்
வேட்டையாடப்பட்ட ஒரு சிட்டுக்குருவியின் குருதி
கவிதையின் சொற்களாகிறது.

● ●

நிலத்தில் வெயில் விழாத
அடர்வனத்தின் இருளில் மெல்ல நகருமொரு காட்டுக்கு
யானையொன்றின் சாயல்
மூதாதையர்களின் வழித்தடங்களில்
நீருக்காக கீழிறங்குமொரு பெருவனத்தைத் தான்
நீங்கள் அபகரித்துக்கொண்ட நிலங்களிலிருந்து
யானையென்று விரட்டிக்கொண்டிருக்கிறீர்கள்
கல்லெறிந்து உங்களையே
நீங்கள் காயப்படுத்திக் கொள்கிறீர்கள்

••

பிறருக்காக சிந்தும் ஒரு துளிக் கண்ணீரில்
ஒரு சமுத்திரம் இருக்கிறது
உப்புக்கரிக்கும் சமுத்திரத்தில்
துயரமக்களின் கண்ணீர் இருக்கிறது
சில நேரங்களில்
எளியவர்களின் பெரும் சிரிப்பு
ஒரு துளி கண்ணீரை வரவைத்து விடுகிறதல்லவா
எப்போதும்
என் உள்ளங்கையில் திட்டுத்திட்டாய்
பிசுபிசுத்திருக்கும் கண்ணீர் துளிகள் யாருடையது?
நானும் இந்தச் சொற்களும்கூட
புளித்த சாராயமாய் நொதித்திருக்கும்
வாழ்வொன்றின் கசிவுதான்

●●

வரங்களையளிக்கும் கடவுளல்ல
கருவறையில் சுமந்து தாய்பாலூறிய பவித்திரம்
எனது மொழி
வேட்டை நிலத்தில் கையிலேந்தி நிற்கும்
பேராயுதத்தின் கைப்பிடி
காட்டுப்பூக்களில் வெப்பந்தகிக்கும் உயிர்தேன்
ஆதிக்குடிகளோ தங்கள் நிர்வாணத்தை
மொழியால் மறைத்தனர்

தோள்கள் புடைத்து விம்மிய நாளங்களில்
குருதியென சலசலத்தோடியவை
நிலங்களில் ஊறி செழித்தயெம் மூதாதையர்களின் நதி
அதன் சொற்களை
நாங்கள் ஒரு வேட்டைநாயினைப் போல
பழக்கி இருக்கிறோம்

ஆழப்புதைந்து தருவென எழுந்து வேர்பற்றிய நிலத்திலிருந்து
மொழியை வெளியேற்ற
உத்தரவு போடுகிறவர்களுக்கெதிராக
குரல்வளையை கவ்விக்குதற
ஏவிவிட
பிறப்பிக்கப்படும் ஆணைகளின் மீது
கால்தூக்கி பேய

ஏனெனில்
எமது சொற்கள்
குரைக்கிற நாய்களல்ல
வேட்டையாடப் பழக்கி வைக்கப்பட்டவை

●●

கடைசியாக
தற்கொலை செய்து கொள்வதற்கு
சற்றுமுன்
எழுதி வைத்துவிட்டு இறந்து போனது
பச்சோந்தி

காசுக்கும் பதவிக்கும் நிறம்மாறி பிழைக்கும் வாழ்வில்
மனிதர்களிடம் தோற்றுவிட்டேன்
என்று

●●

செவிவழி கதை

இருத்தலுக்கும் இன்மைக்குமிடையில்
கனவொன்று மிதக்கிறது
துளிர்பதற்கும் உதிர்தலுக்குமிடையில்
பருவமொன்று சுழல்கிறது
ஒரு புன்னகைக்கும் கண்ணீருக்குமிடையில்
எளிய மனமொன்று செத்துப் பிழைக்கிறது
அடைவதற்கும் விடுவித்துக் கொள்வதற்குமிடையில்
அல்லாடித் தவிக்கிறது
வாழ்வொன்று

●●

ஒரு கன்னத்திலறைந்தால் இன்னொரு கன்னத்தைக் காட்ட
நானொன்றும் கடவுளல்ல
பாதங்களில் உள்ளங்கையிலென ஆணிகளறைந்து மாட்ட
முள்கிரீடம் தைக்கப்பட்ட முகத்தில் குருதிச்சொட்ட
மரித்த சிலுவையிலிருந்து உயிர்த்தெழ
நானென்றும் கடவுளல்ல

விலக்கப்பட்ட கனியொன்றின் விதை நான்
எல்லாவகையிலும் கைவிடப்பட்டு
அற்றவைகளாலான வாழ்வின் முற்றத்தில் நின்றபோது
ஒரு சாத்தானின் விரல்பற்றி
அழித்தொழிக்கப்பட்ட நிலத்தில்
ஒரு சிறு தானியமென முற்றி வெடித்திருக்கிறேன்

என் சாப்பாட்டுத் தட்டிலிருந்து ஒரு பிடிசோற்றை
களவாடுகிற போது
எனது நிலத்திலிருந்து என்னை வெளியேற்றுகிறபோது
தெருவில் நின்று
இத்திசைகளதிர பெருங்குரலெழுப்புவேன்
நானே ஒரு சாத்தானாகி

●●

வெட்கங்கெட்டு கொண்டாடிக்கொண்டிருக்கிறோம்
வெறும் தினங்களை
குழந்தைகளைக் கொண்டாடாத தேசமென்பது
தேசமல்ல சுடுகாடு

ஒரு வேளை சோற்றுக்கும் வழியற்று
அழுகிற குழந்தையொன்றின்
அழுகையை விடவா வன்முறை என்பது
ஆபத்தானது

வகுப்பறைகளிலிருந்து துரத்தியடிக்கப்பட்ட
குழந்தையின் கைகளில்
ஒரு புத்தகம் கொடுங்கள்
ஒரு பென்சில் கொடுங்கள்
அப்படியே உடுத்திக்கொள்ள
ஒரு ஆடை கொடுங்கள்

பிறகு
அந்தக் குழந்தையின் பிஞ்சுக் கைகளால்
எழுதத் தொடங்கட்டும்
அவர்களுக்கான தேசத்தை

●●

மீனின் தலையைச் சுமந்து செல்கின்றன
எறும்புகளின் கூட்டம்
கரையேற்றப்பட்ட வாழ்வொன்றின்
பெருங்கடலை
தூக்கிச் சுமக்கும் நிலம்
எளியதுகளின் வசமாகும்
வலியதுகளின் அதிகாரமென்பது

••

சோவெனப் பெய்துக்கொணடிருக்கும் அடைமழை
எரவாணத்துக் கூரையில்
கொட்டித் தீர்க்கிறது

தெருவில்
மழையில் நனைந்தபடி
விளையாடிக் கொண்டிருந்தவனை வீட்டுக்குள்
வரும்படி அழைக்கிறேன்
மழையில் நனைந்தால் சளிபிடிக்குமென எச்சரிக்கிறேன்

உள்ளே வந்தவன்
முற்றத்து திண்ணையில் நின்று
வழிந்தோடும் மழைச்சாரலில் விரல்களை
நீட்டியபடி கேட்கிறான்

இப்போது
இந்த விரல்களுக்கு சளிபிடிக்காதாவென்று

கலி முற்றிவிட்டதென
அடுப்படியிலிருந்து முணுமுணுக்கிறாள்
கிழவி

●●

வனத்தில் சுற்றித்திரிந்த தும்பியொன்றை
லாவகமாய் பிடித்துக்கொள்கிறான்
சிறுவன்

இப்போது
அந்த தும்பியின் மெல்லியச் சிறகுகளைப் பிடித்தபடி
சிறு சிறு கற்களை எடுக்கும்படி எத்தனிக்கிறான்
அதன் எட்டுக்கால்களால் தூக்குகின்றன
அச்சிறு பாறைகளை
இப்போது
அந்த தும்பி களைப்புற்றிருக்கின்றன பிறகு
அதன் வாலில் கயிற்றைக்கட்டி பறக்க ஏவுகிறான்

முறிந்த சிறகுகளோடு பறந்துபோன தும்பி
எங்கோ மறைந்துப்போனது
என் கண்களிலிருந்து தொலைந்துக்கொண்டிருக்கிறது
இப்பெருவெளி

எதுவும் பேசாமல்
வலிக்க வலிக்க பார்த்துக்கொண்டிருந்தேன்
என் நினைவில் வந்து நிற்கிறான்
மேலதிகாரி.

நானும் ஒரு தும்பியாகிறேன்

● ●

முன்பதிவு செய்திருக்கும்
குளிரூட்டப்பட்ட ஒரே அறையில்
எதிரெதிர் இருக்கைகளில்
பயணித்துக் கொண்டிருக்கிறோம்

ஒரு சிறு புன்னகைக்குப் பிறகு இருவருக்குமான
அறிமுகம் நிகழ்கிறது
வாசித்துக்கொண்டிருந்த செய்தித்தாளின்
ஒரு பக்கத்தைக் கேட்கிறார்

கையிலிருக்கும் தண்ணீர்பாட்டிலிலிருந்து
சில மிடறுகளால்
உள் நாக்கை நனைத்துக் கொண்டவர்
ஊற்றுநீரைத் தொலைத்துவிட்டு
இன்று நெகிழிக்குப்பிகளில் ஆறுகளை
நிரப்பிக்கொண்டு அலைவதாய்
மனிதன் சீரழித்த
வனங்களை பற்றி கவலைக்கொள்கிறார்

கலை இலக்கியம் கதைத்தார்
மதச்சாயம் பூசி மனிதனை பிரித்தாளும்
அரசியல் நிலைகுறித்து விமர்சனம் செய்கிறார்
மண் மக்கள் இனமானம் பற்றி
ரௌத்திரங்கொள்கிறார்

மெல்ல செத்துக்கொண்டிருக்கும்
வேர்மொழி பற்றி தவிக்கும் கண்களில்
ஒரு சொட்டு ஈரம் துண்டிக்கப்பட்ட
விழுதாய் இறங்குகிறது

உங்கள் பெயரென்ன கேட்டார்
சொன்னேன்
ஊர்பற்றிக் கேட்டார்
சொன்னேன்
தயங்கி தயங்கி குலசாமி
யாரெனக் கேட்டார்
சொன்னேன்

இறுகத்தொடங்கியது
இனம்பற்றி பேசிய முகம்
கொஞ்சநேரத்தில்
பேசுவதை நிறுத்திக் கொண்டார்

இப்போது
நான் வந்து சேர வேண்டிய நிலையமொன்றில்
இறங்கி நிற்கிறேன்
சாதியை சுமந்தபடி போய்க்கொண்டிருக்கிறது
அந்த இரயில்

● ●

கந்தத்துணிக்கும் கைப்பிடிச்சோற்றுக்கும் கதியற்று
ஒளிரும் டிஜிட்டல் இந்தியாவில்
இருப்பதையெல்லாம் உறிஞ்சிக்கொண்டு
வாழ்க்கைக்குள்ளிருந்து
ஒரு காலிக் கோப்பையாய் தெருவில் வீசியெறிந்துவிட்டப்
பிறகு
அவர்கள் தான் சொல்கிறார்கள்
இந்தியா வல்லரசாகிக்கொண்டிருக்கிறது என்கிற
மாபெரும் பொய்யை

இந்திய வரைபடத்தில் தெருக்கள் இருக்கின்றன
தெருக்களில் தான்
ஒரு தேசமே வாழுகின்றன
அதனால் தான்
வறுமையை வாழவைத்துக்கொண்டிருக்கிறோம்
நாங்கள் செத்தாலும்

இலவசங்களின் சலுகை தூரலில்
நமத்துக்கொண்டிருக்கிறது
நாற்காலிகளுக்கெதிராய் எவ்விய ரௌத்திரம்
தாண்ட தாண்ட
தள்ளிப்போட்டுக் கொண்டிருக்கிறோம்
கோடுகளை

●●

மௌனத்துக்குள்ளிருந்து
உடைந்து வெளியேறும் சொற்களால்
எழுதிக்கொண்டிருக்கும்
இந்தக் கவிதையை மட்டுமல்ல
ஒரு பாறைக்குள்ளிருந்து கசியும் ஈரத்தை மட்டுமல்ல
ஒரு பெருங்கடல்தாண்டி புலம் தேடிவரும்
பறவையொன்றின்
இடம்பெயர்தலுக்கான நம்பிக்கையை
எனக்குள் சுமந்து நிற்கிறேன்
யாவருக்குமாய்
வலிகளை கடப்பதுதானே வாழ்வு

●●

அடுப்படிப் புகை வெளியேறும்
பெருந்துளைக்கு வெளிப்புறமாய்
குருவிகளின் சப்தம் கேட்கத்தொடங்கியது
இணைக்குருவிகள்
வனமெங்கிருந்தும் கொணர்ந்த
சிறு சிறு புற்களால் கட்டத்தொடங்கியது கூட்டை

கொஞ்சம் நாட்களில்
தாய் குருவி
இரைத்தேட வெளியேறியப் பொழுதொன்றில்
கூட்டை எட்டிப் பார்த்தேன்
அப்பறவை இட்ட முட்டைகளில்
ஒன்றின் ஓட்டுக்குமேல்
ஒரு சிறு செடியொன்று துளிர்த்திருந்தது

காடழித்து கட்டிய காங்கிரீட் வீட்டில்
வசித்துக்கொண்டிருப்பதின்
குற்றவுணர்ச்சியின் பெருந்துயரம்
எனக்குள்ளிருந்து கசியத்தொடங்கியது
அழுகி நாறும் மஞ்சள் கருவென

● ●

வாழ்வின் அழகை கண்களால் பார்ப்பதற்கல்ல
எல்லா நேரங்களிலும்
பார்வையற்றவனின் கைத்தடியை போலவே தட்டிதட்டி
உணர்வதாயிருக்கிறது எப்போதாயினும்
மேய்ப்பனிடமிருந்து
வழிதவறி அலையும் செம்மறியென வந்து சேருகின்றன
உறவுகளுக்காய் ஏங்கும் மனக்குகைகளில்
எதிர்பாராத பேரன்பொன்று
பிரியம் என்கிற ஒற்றைச் சொல்லுக்குள்
நிரம்பி வழியும் வாழ்வென்பது
எல்லா உயிர்களுக்குமானவை

●●

எப்போதும் விடியக்கூடாதென
வஞ்சகத்தினால் பிடுங்கியெறிந்த திசையெங்கும்
கிழிப்பட்டு தொங்கும் எதிர்காலத்தின் வாழ்வென்பது
வேட்டைக்குத் தப்பிய
ஒரு காட்டுப்பன்றியின் குருதியில் நனைந்த
நிலமாயிருக்கிறது.

ஒளிரும் சூரியனையும் நிலாவையும் பிடுங்கியெறிந்து
இருள் பூசப்பட்ட வானத்தில்
ஏவிவிடும் மாமிச பசிகொண்ட பிணந்தின்னிகளுக்கு
நித்தம் உயிரோடிருப்பதை தெரிவிக்க
வேண்டியதாயிருக்கிறது
ஒவ்வொருபொழுதும்

உழவாடிய நிலங்களையும்
ஆதிக்குடிகளின் மார்பில் அடர்ந்த மயிர்களாக செழித்த
வனங்களையும்
அழித்துவிட்டு பூர்வக்குடி மக்களின் ஈரம் கசிந்த
மண்ணிலிருந்து வெளியேற்ற
எல்லைகளினூடே பதற்றங்களை விதைத்து
நிரந்தரமற்ற வாழ்வின் மீது மரணத்தைப் பற்றிய அச்சத்தை
அறைந்து மாட்டுகிறீர்கள்

நிலம் காடுகள் மலைகளென யாவற்றையும்
சுரண்டிச்செல்லும் உலகமயத்திற்கு
டிஜிட்டல் தேசமென்று பெயரிட்டு பெருமிதத்தில் கூவுகிறீர்கள்

திறைப்பணத்தை கொட்டியழித்து
தலைநிமிர சிலைவைத்திருக்கும் நாட்டில்

உழுது விதைக்க
கைப்பிடி விதை நெல்லுக்கும் வக்கற்று நிற்கும் இன்றில்
வெகுண்டெழும் சினத்தை படைகள் கொண்டு அடக்கி
கற்றுக்கொடுக்க பழக்குவீர்கள்

தேசப்பற்று
தேசப்பற்று

மா தூஜே சலாம்

● ●

எழுதி வைத்திருந்த கவிதையொன்றை
கிழித்தெறிந்துவிட்டுப் போகிறேன்
வெறும் உடம்பை உடம்புக்குள் புதைத்து
எலும்புறையும்
கடுங்குளிரில் நடுங்கிக்கொண்டிருப்பவனுக்கு
போர்த்திக்கொள்ள ஒரு போர்வை
பசித்த வயிற்றுக்கு ஒருப்பிடிச் சோறு
கவிழும் இருளுக்குள் ஒளிர
ஒரு சிறு விளக்கென
எதுவும் ஈந்தாத
கவிதையை வைத்துக் கொண்டு
என்ன செய்ய?

வானமெனும் கூரைக்குள்
வெறும் ஓட்டைகளாய் மிளிர்ந்துக்கொண்டிருக்கின்றன
ஏதுமற்றவனின் வாழ்க்கை

●●

உறவின் முறைசொல்லி கூப்பிட்ட
ஊரிலிருந்து வந்தவன்,
புறநகரின் தெருவொன்றில்
கைவிடப்பட்ட தீவென வாழ்க்கை

உறவுகள் வற்றிப்போன வாழ்வானது மனிதனுக்கு
முற்றத்து திண்ணைகளில் கதைபேசி
பொழுதுகள் போக்கிய காலமென்பது
எபூர்வ ஜென்மமாகி போயிற்று
ஒரு பெருமூச்சோடு அதுவொரு காலமென
கதைக்கப் பழகிவிட்டோம்
எல்லா உன்னதங்களையும் தொலைத்துவிட்டக் காலத்தில்
எங்கேனும் காண முடிகிறது
எண்ணெய் பிசுபிசுக்கேறிய விளக்கு மாடங்களுள்ள
வீடுகளையும்
திண்ணை வைத்துக்கட்டிய தெருக்களையும்

••

அம்மாவைப் பற்றி
எழுதிக்கொண்டிருக்கும் கவிதையில்
விரல்களின் காம்புகளிலிருந்து கசிகிறது
முலைப்பால்
எத்தனை துயரங்களாலானது
இன்றில்
தளர்ந்து சுருங்கிய மார்பில்
எனது பால்யத்தின் பால்கசிந்த உதடுகளை
தேடிக் கொண்டிருக்கிறாள்.

●●

மீன்களை வளர்க்க ஆசைப்படுகிற மகனிடம் எப்படி
சொல்வதெனப் புரியவில்லை
தொட்டிகளுக்குள் நீந்தும் மீன்கள்
பெருங்கடலினைப் பற்றிய கனவுகளில் அலைகின்றன
கண்ணாடி சுவர்களில் மோதிக்கொள்வதால் சதா முனகும்
அவைகளின் வலிகளை யாரும் அறிவதில்லை
ஒரு அப்பனை அந்த மீனைப்போல வளர்ப்பதில்தான்
எத்தனைக் குதூகலம்
மகன்களுக்கு

●●

குட்டியாடொன்று
மடிக்காம்புகளை பசியோடு முட்டுகையில்
மேய்பனொருவன்
மீட்கும் தந்திகளின் வழியாக
தாயாட்டின் கம்புகளில் கசிகிறது
உயிரிசை

●●

நடுநிசிப்பொழுதின் உறக்கத்தில் தொலைந்துவிடும்
நீங்கள்
ஒருபோதும் கேட்கப்போவதில்லை
இரவுகளின் பாடல்களை.

மரணத்தை பற்றியக் கற்பிதங்களின் அச்சத்தினால்
உறைந்திருக்கும் இரவுகளில்தான்
இரைக்கான தேடலைத் தொடங்குகின்றன.

சக மனிதனை வேட்டையாடத் தொடங்கும்
உங்களுக்கான பகல்களில்
வெளிவரப் பயப்படுகின்றன
இருப்பதையெல்லாம் சூறையாடிய மனிதர்கள்
ஒருவேளை
தீய ஆவிகளென தெரியக்கூடுமோ கூகைகளின்
கண்களுக்கு

●●

ஊரடங்கிய பின்னிரவில்
தாகிக்கும் உனது நினைவுகள்
பற்ற வைத்துவிட்டு செல்கின்றன விரகத்தின் நெருப்பை
எவ்வளவு ஊதியும் அணைய மறுக்கிறது

பெருங்கடலையும்
நீந்திக் கரையேறி வந்தவன்
உன் மனமெனும் ஆழ்துளைக் கிணற்றில் விழுந்து
எழ முடியாதபடி தவிக்கிறேன்
உள்ளிருந்து கதறுமென் குரலை
கேட்டும் கேட்காதது போல கடந்து செல்கிறாய்
நெருங்கி வரும் எனக்கான மரணம்
உன் சாயலில் இருக்கும் தானே?

●●

மண்பற்றி நழுவும் தாகம் கொண்ட வேர்களென்பவை
குருதிசொட்ட அறுத்தெறிந்த தொப்புள் கொடி
வானோக்கி உயரும் கிளைகளில் உரியும்பட்டை
சூரியனில் வெந்தக் கருத்தத் தோல்
காற்றில் அசையும் இலைகள்
எனது ஆதிமொழி
வசந்தகாலங்களில் பூக்கும் மலர்கள்
காலத்தை சுமக்கும் காயங்கள்
உதிர்காலத்தின் சொற்களால் எழுதுகிறேன் எமக்கான
வனம் தொலைத்த வாழ்வை
வெட்டி சாய்க்கையில் கசியுமென் வேர்களின் பச்சை
ஈரமென்பது
உடலில் ஓடும் குருதி என்றாலும்
நிற்கிறேன் கிளையேந்தி மண்செழிக்க
சூரியனைச் சுமக்கும் ஒரு மூதாதையனாய்

●●

நிறைவடைந்த உயிராய் வெளிவந்து விழுகையில்
முதல் சுவாசத்தின் காற்றாய்
முதல் கதகதப்பின் அடிவயிற்று வெய்யிலாய்
முதல் சீம்பாலின் துளியாய்
கருவறையின் குருதியெச்சத்தினை தொட்டுத்துடைக்கும்
பேரன்பின் நாவாய்
கருணையினால் உயிர்த்தெழும் ஆதித்துளியாய்
இப்பெருவெளியெங்கும் நிறைந்துள்ள தாய்மைக்கு
கடவுளென்று கதைசொல்லி முடித்துவிடாதீர்
கடவுள்களுக்கும் அப்பாற்பட்டவை
தாய்மையென்பவை

எதையெழுதி எதைக்கிழிக்க
உச்சிக்கொளுத்தும் வெக்கையில்
தார்சாலை போட கல்லுடைத்துக் கொண்டிருந்தவள்
தொட்டிலிலிருந்து வீறிட்டழும்
பசித்த குழந்தைக்கு மாராப்பை விலக்கும்
தாயொருத்தியின் பால்கட்டிக் கனக்கும்
ஈரக் காம்புகளில்
துயரத்துளிகளை பருகிய குழந்தை மெல்ல
கண்ணயர்கையில்
சுட்டெரித்த கோடைச் சூரியன்
தாய்மையின் ஈரத்தில்
நசநசத்துக் கொண்டிருக்கிறது.

••

ஒரேயொரு முத்தம்தான்
எத்தனையெத்தனை பூக்களை
பூக்க வைத்து விடுகின்றன
பூவரச மரத்தின் கிளைப்பற்றி
படர்ந்து பூத்துக் காய்க்கிற அவரைக்கொடிகளின் தோழமை
ஏன் அமையவில்லை மனிதனுக்கு
வீட்டிற்கு வந்த மனிதனை கூடத்தில் அமரவைத்து
முகம் பார்க்கத் தவிர்த்து
தொலைக்காட்சிப் பெட்டியின் முன் அமர்ந்தபடி
பேசாதிருக்கும் மௌனத்தை எங்கு கற்றோம்
நெரிசலில் உரசி நகர்கிற சகமனிதனை கண்டு
ஏன் நடுங்குகிறேம்
ஒவ்வொருவருக்கிடையிலும் அந்நியத்தை விதைத்திருக்கிறது
சாதியும் மதமும்
மனிதனைத் தவிர
மற்ற எல்லா உயிர்களுக்குமிடையில்
இருக்கத்தான் செய்கின்றன
நமக்குள்ளிருந்து தொலைத்துக்கொண்டிருக்கிற
தோழமை என்கிற சொல்

●●

கொழுமுனை பிடித்து உழுதவனின் சந்ததியின்று
வேலைத்தேடி அலைந்துகொண்டிருக்கிறது

ஊருக்கெல்லாம் தறிநெய்து உடுத்தியவன்
இலவச வேட்டிச்சேலை இழுபறியில்
மிதிபட்டுச் சாகிறான்

மரமாச்சி பொம்மைகளின் அம்மணத்திற்கு
ஆடையுடுத்தி
கலாச்சாரம் கற்பித்தவனின்
கடைசித் தலைமுறை
அரைகுறைகளோடு திரிந்துகொண்டிருக்கின்றன
அந்நிய மோகத்தில்

அரிதாரம் பூசி
அடவுகட்டியாடிய கூத்துப்பரம்பரை
ஒரு சிறிய இடைவேளைக்குப் பிறகென
வாழ்வைக் களவாடிக்கொண்டிருக்கும் தொலைக்காட்சி
விளம்பரங்களில்
தொலைந்து கொண்டிருக்கிறது

வாழ வழியின்றி
தெருவில் கிடப்பவனுக்கு
வல்லரசாகிக் கொண்டிருக்கிறோம் என்று
பீத்திக் கொண்டிருக்கிறது ஒரு தேசம்

● ●

இந்த பக்கமா போனா மசூதி வந்திடும்
அந்த தெருவின் முச்சந்தியில் கோயில்வாசல்
சிலுவை சுமக்கும் இயேசு கிறிஸ்து ஊர்கோடியில்
தொங்கிக்கொண்டிருப்பார்
வாழ் நிலத்திலிருந்து அகதிகளென
வெளியேற்றப்பட்டு
அடுத்தவேளை சோற்றுக்கு கதியற்று நின்றாலும்
பஞ்ச பராரிகள் தலைசாய்க்க இடமில்லா
இந்நிலத்தில்
வாழ்வுக்கும் பசிக்குமிடையில்
ஒடுங்கிய வயிறுகள் காத்துக்கிடந்தாலும்
வருந்தி பாரம் சுமப்பவர்களின் பாவங்களை
குருதியால் கழுவ
கடவுளர்கள்
வந்துக்கொண்டிருக்கிறார்களாம்
ரொம்பக் காலமா

"ஆமென்"

நீரின்றி தவிக்கும் உயிர்கள்
காடுகளை விட்டு வெளியேறுகின்றன
கொஞ்சம் கொஞ்சமாய்
நீங்கள்
கொன்றழித்த நதிகளின் மனசாட்சி
நாவறன்ற மிருகமொன்றின்
கண்களின் வழியே
அழத்தொடங்குகின்றன
அது காடுகளின் பெரும்சத்தம்

நகரமயமாதலின் இயந்திரங்களின் பெருசத்தத்தில்
அடுக்ககக் குடியிருப்புகளின்
கடைசி மாடிகளின் குளிரூட்டிய அறைகளில் இன்றைக்கு
கேட்காமல் இருக்கலாம்
மனித செவிகளுக்கு

பொறுமையிழந்த பூமி
ஆழிப்பேரலையாய்
ஊழிக்காற்றாய்
என்றாவது ஒரு நாள்
குமுறியெழக்கூடும் நமக்கெதிராய்

வனங்களை பெற்றவர்கள் யாம்
அப்போதைக்கிப்போதே
நெகிழியழித்து நட்டுவை
வேரோடு வெட்டிசாய்த்த மரங்களின்
தொப்புள் மண்ணில்
ஒரு சிறு விதையை

அம்மாவின் மடியிலிருந்து
முதல்முதலாய் கால்பதித்ததும்

அப்பாவின் விரல்பற்றி நடைபயின்றதும்
இந்த கவிதையெழுதும்
இதே கைகளால்
பசியாறிய மாம்பழத்தின் விதையூன்றி
மண்கிளறித் தலைநீட்டிய
முதல் தளிர் பார்த்து மகிழ்ந்ததும்
இந்த மண்தான்
இதே மண்தான்

ஆடியத் தெருவையும்
இளைப்பாற நிழல்தந்த மரங்களையும்
பச்சைகட்டி நின்ற வயல்காடுகளையும்
நினைவுகளில் சுமந்து

பிழைப்பிற்காக இடம்பெயரும் துயரமேந்திய ஒருநாளில்
குலசாமி கோயில் வாசலில்
மண் தொட்டு நெற்றியில்வைக்க
கண்களில் ஈரம் கசிந்ததும்
இந்த மண்தான்
இதே மண்தான்

பெற்றவளின் வயிற்றின் மேல் கற்களை நட
குழிதோண்டுகிறவனை
கைகட்டிக்கொண்டு வேடிக்கைப் பார்க்க
முடியாது இனிமேலும்

நிலமெனப்டுவது யாதெனில்
எமது உயிர்
நிலமெனப்படுவது யாதெனில்
எமது தாய்மடி
நிலமெனப்படுவது யாதெனில்
எமதுஉரிமை
நிலமெனப்படுவது யாதெனில்
எமது அரசியல்

●●

பிரிவின் துயரத்தை சுமந்து செல்லும்
ஒரு யானையின் தனிமையென்பது
புலம்பெயர்த்தப்பட்ட
ஒரு அகதியின் வாழ்க்கையைப் போல
தனித்து விடப்பட்ட யானையொன்றின்
ஈரம் கசியும் அதன் கண்கள்
கடுங்கோடையில்
நீர்வற்றிய குளத்தின் கலங்கிய சேற்றில் துடிக்கும்
மீன்களை நினைவுக்குக் கொண்டு வருகின்றன.

●●

அழித்தொழிக்கப்பட்ட வனத்திலிருந்து
வெளியேறியப் பறவைகள்
மனிதர்களின் நரகத்திற்குள் நுழைந்தன

கோயில் கோபுரங்களில்
மினார்களின் உச்சியில்
தேவாலயங்களின் சிலுவை நிழல்களில்
கூடுகளை கட்டத் தொடங்கின

கல்லெறிந்து குருதிசொட்டும்
முறிந்த சிறகுகளோடு வந்த பறவையொன்று
தன் சாக்களிடம் முனகியது

பறவைகளெல்லாம் ஒன்று கூடியது
வனமற்ற பெருவெளியில்
கூடுகளை கட்டி சந்ததி வளர்க்க
சாத்தியமில்லை இனியும்
என்ன செய்யலாம் என்றது ஒரு பறவை

ஒன்றுதிரண்டக் கூட்டத்தில்
மூத்த தாய்பறவையொன்று சொன்னது

மரங்களையழித்த நிலமெங்கும் சிலைகளாய் நிற்கையில்
இனி மனிதர்களின் தலைமீதே
கூடு கட்டிக்கொள்ளலாம்
என்றது

சோதித்துக் கொள்ளுங்கள்
உங்கள் தலைகளின் மீதும்
ஒரு பறவை கூடுகட்ட தொடங்கியிருக்கலாம்
இந்தநாளில்

••

மலைக்குகைகளினூடே
தண்டவாளத்தில் வெறிபிடித்துச்செல்லும்
ரயிலொன்றின் அதிவேக எஞ்சின் நீ
அந்த ரயிலின் கடைசிப் பெட்டி நான்
காதலின் பயணத்தில்
கடைசி நிலையமொன்றில்
இணைப்பைக் கழட்டி விடுகையில்
கவனிப்பாரற்று நிற்கிறேன்
வெகு காலமாக

இப்போதாவது சொல்
இந்த நாளில் எந்த ஊரில் இருக்கிறாய்

●●

பகிர்தலற்ற வாழ்வென்பது எப்போதும்
பூட்டியே கிடக்கிறது
உறவுகளின் பாதங்கள் பிரவேசிக்காத அறைகளில்
வற்றிக் கொண்டிருக்கிறது
பிறர்மீதான பேரன்பும்

எப்போதும்
வாசித்தலின் சாளரத்தை திறந்துவைத்திருக்கும்
மனங்களுக்கு
இந்த வாழ்க்கை ஒரு சன்னலோரத்தின்
பிரயாணமாகிறபோது

உற்று கவனியுங்கள்
வெகுகாலமாய்
பூட்டிக்கிடக்கும் துருப்பிடித்த மனமொன்றின்
துவாரத்தின் வழியே துளிர்கரத்தை நீட்டும்
கவிதைக்கான சொற்கள்

●●

இருளடர்ந்த வனத்திடை
காட்டுப்பூக்களில் உறைந்திருக்கும் குருதியில்
வெளியேற்றப்பட்ட தொல்குடிகளின் உயிர்மூச்சின் வெப்பம்
ஊழித்தீயென எரிகின்றன

கல்லாயுதமேந்தி வேட்டையாடிய
எமது பழங்குடிக்காரனின் குரல் புராதனக் குகைகளில்
எதிரொலிக்கின்றன
ஆதிக்குடிகளை
காடுகளிலிருந்து வெளியேற்றுவதென்பது பால்சுரக்கும்
தாயின் முலைகளை அறுத்தெரிவது
வஞ்சிக்கப்பட்ட மூதாதையர்களின் கதைகளைக் கேட்டு
தன் கொம்புகளை கூர்தீட்டிய மானொன்று
வீழ்த்தவரும் வலிய மிருகங்களை எதிர்நின்று
வேட்டையாடிக் கொண்டிருக்கின்றன
என் கனவில்

இனிவரும் காலமொன்றில்
வலியதுகளை எளியதுகள் வீழ்த்தும்

●●

இன்னும் விற்றுத்தீராத பழங்களுக்காய்
கனிந்துக்கொண்டிருக்கிறது
உச்சிவெயில்

தாயின் இடுப்பிலிருந்து
கீழிறங்கிப் புழுதியில் புரள
அடம்பிடித்தழும் ஒரு குழந்தையென மெல்லப்பரவும்
நிழலுக்காக காத்திருக்கும் மனமொன்று
பழக்கூடையாகிறது

••

ஒட்ட இழுத்துவிடும்
ஒரு பீடித்துண்டிலிருந்து புகையும் லௌகீகத்தின் தத்துவம்
அழுக்கேறிய நைந்த உடையில் வீசும்
ரத்தக்கவுச்சியின் வாடை
பிணந்தூக்கியதின் துர்நாற்றத்தை சகிக்க
முப்பொழுதும் ஊற்றிய சாராய வீச்சத்தில்
சிவப்பேறிய கண்களில்
மிதக்கும் வாழ்வொன்றின் தரிசனம்

சக மனிதரை இழந்து துடிப்பவர்களின் கண்ணீரையும்
ஓலங்களையும் கேட்டுப்பழகியவை சவக்கிடங்கின்
வாசற்கதவுகள்
குருதி உறைந்திருக்கும்
பிரேதப் பரிசோதனை அறையெங்கும் பிசுபிசுக்கும்
மரணத்தின் முடையில்
பயமின்றி இரவுபகல்களை கழிப்பவன்

இன்னும் அடையாளம் காணப்படாதவைகளாய்
விபத்தொன்றில் அடிபட்டு அகாலமானதுகளாய்
தலைவேறு உடல்வேறானத் துண்டங்களாய்
என எல்லாவகை சாதி உடல்களும்
புழுத்து நாறும்
குளிரூட்டப்பட்ட பிணவறையிலிருந்து
மெல்லப்பரவும் புகையினூடே
மரணத்தையும் புன்னகையையும் சமநிலையில்
கடந்து வரும் மனிததூதனிடம்

ஒரு பொழுதேனும் பேச வாய்க்குமெனில்
பிறர்வாடக் கொடுஞ்செயல் புரிய எப்போதும்
வஞ்சம் சுமந்தலையும் நீங்கள்
இன்றைப்பொழுதிலிருந்து
மனிதத்தை நேசித்த புத்தனாகி விடுவீர்கள்
போங்கள்.

●●

நாக்கில் சூலத்தினால் எழுதப்பட்டவன்
இனி பாடலாம் நாமகரணத்தின் ஆரோகனத்தை
எதிர்கருத்து பேசினால்
நினைவில் இருக்கட்டும்
அறுத்தெறியப்படும் உனது உறுப்பை

எழுதுவதற்காக அல்ல
பேனாவை உடைத்தெறி
ஒரு கை உனது நிர்வாணத்தை மறைக்கவும்
இன்னொரு கை ஓட்டுப்போடவும்
விதிக்கப்பட்டவை இந்தியனுக்கு
தெருவில் கூடி கலகம் செய்தால்
துண்டிக்கப்படும் உனது கழுத்தை

பெருங்குருதி சிந்திய சமகாலத்தின் தடங்களை
வரைந்த தூரிகைகளை தூரயெறி
நாமக்கட்டியில் தீட்டிவை
புதிய தேசமொன்றின் புனைவுக்கதைகளை
முடிந்தவரை
கண்களை காதுகளை வாயை பொத்திக்கொள்

குடிக்கவும்
குண்டிக்கழுவவும் தண்ணீர் இன்றி நாறிக்கிடந்தாலும்
சோற்றுக்கு டிங்கியடித்தாலும்
குந்த குடிசையற்று வீதியில் கிடந்தாலும்
பரவாயில்லை வாழப்பழகு

இராமாயணத்தையும் மகாபாரத்தையும்
கருவிலிருந்தே போதனை செய்
இல்லையெனில்
கர்மாவை விதித்த
அவதாரப் புருஷர்களின் மண்ணில்
யோனியுலிருந்து பிறந்த மனிதர்கள் வாழ
தகுதியற்றவர்கள்
ஆகவே

மனிதக்குருதிக்கு அலையும் கடவுள்களின்
கொலைக்களமாகிய மண்ணில்
இனி வாழ்வதற்கு இரண்டு வழிகள் தான் இருக்கின்றன

எல்லாவற்றையும் சகித்துக்கொண்டு
நடைப்பிணமாக சாவது
அல்லது
தெருவில் இறங்கி போராடி வாழ்வது

"ஜெய் பாரத் மாதாகி ஜே"

● ●

மதுபானக் கடையொன்றின் வாசலில்
வாழ்வைக் குடித்து தீர்த்தவன்
இறந்து கிடந்தான்
ஈக்கள் மொய்த்துக் கிடக்கும் அவனது அம்மணத்தின் மீது
அசைவற்றுக் கிடக்கிறது
அரசு

●●

கூடவே வாழ்ந்தவர்களை
கொண்டு செல்கிறபோதுகளில் தான்
என்னை விதைத்து விட்டு
புதைந்திருப்பவர்களைப் பார்க்க முடிகிறது

அப்பாவுக்கு கொள்ளிக்குடம் உடைத்த இடம்
அடையாளம் தெரியவில்லை
என்னை ஒரு சிறுத்துளியாக வடித்த எலும்புகளின்று
மண்தின்று செரித்திருக்கும்

சிறு ஓடையொன்றில் சலசலத்தோடும் குருதியின்
நாளங்களில் ஒலிக்கும் மூதாதையர்களின் கூச்சலை
உணர்கிறேன் இப்பொழுதில்

கடைசியாக
சின்னாயி பாட்டியை
புதைத்தயிடத்தில் வளர்ந்திருக்கும் நாவல் மரத்தடி வேரில்
உதிர்ந்துக்கிடக்கும் பழங்களில் ஒன்றை
மண் ஊதி வாயில் போடுகிறேன்

சுயமைதுன வயதில்
அப்பாவை இழந்த என்னை ஆளாக்க
அவளது துயருற்ற வாழ்வின் கசப்புகளை உணர்கிறேன்

ஒவ்வொரு பருவகாலத்திலும் இடுகாடென்பது
பூத்துக்கொண்டிருக்கிறது அல்லது
உதிர்ந்துக்கொண்டிருக்கிறது
நினைவில் வாழ்ந்துக்கொண்டிருப்பவர்களாக

●●

எல்லாம் முடிந்து போனது சுழன்றடித்த ஊழிக்காற்றில்
வாழ்தலுக்கும் சாதலுக்குமிடையில்
வாழ்வொன்றின் மிஞ்சிய நம்பிக்கையென
எதுவுமில்லை இப்போது

உயிர்துணைகளாய் வாழ்ந்திருந்த
ஆடு மாடுகளும்
ஊழிக்காற்றின் பேய்கரங்களால்
பிய்த்தெறிந்த கூரைக்கீற்றுகளும் ஊருக்கு வெளியே
வீசியெறிந்துப் போனதில்
பெய்த மழையில் கரைந்துபோனது
நெற்றின் மிச்சங்கள்

ஊர்காக்கும் பெண்தெய்வங்களின் பெருத்த முலைகள்
பாலின்றி தவிக்கும் குழந்தைகளை
ஏமாற்றிக்கொண்டிருக்கின்றன
வானத்திலிருக்கும் சூரியனையும் நிலாவையும் தவிர
அத்தனையையும் இழந்து நிற்கிற போதும்

துரோகத்தின் கைகளிலிருந்து நழுவிய
ஒரு விதையைப் போல
மறுபடியும் துளிர்குமொரு நிலத்தை வேண்டி நிற்கிறோம்

ஆழிப்பேரலையில் அடித்துச் சென்றவர்களும்
ஊழிக்காற்றின் தாண்டவத்தினால் உயிரையும்
உறவையுமிழந்து
கரையொதுங்கிய சடலங்களாய் நாறிக்கிடந்தாலும்
ஓட்டுக்கேட்க வந்தவர்களில்
ஒருத்தனையும் காணவில்லை
ஆனாலும் அரசு அறித்துக்கொண்டிருக்கிறது
இதுவொரு மக்களின் ஆட்சியென்று

●●

இரண்டாம் உலகப்போரில்
இந்திய சிப்பாயாகப் போரிட்டு
அடிவயிற்றில்
குண்டடிபட்டு குடலழுகி மரித்தவன் தாத்தன்

தாய்மண்ணைக் காக்கும் போரில்
பனிமலைச் சரிவின் கடுங்குளிரில்
துப்பாக்கியேந்தி காவலுக்கு நின்றவன் அப்பன்

கருத்துரிமையின் கழுத்தை
நெரித்துக் கொல்லும் தேசத்தில்
கவிதையென எழுதிக்கொண்டிருக்கிறேன்
எதையெதையோ நான்

மண்ணைக்காக்க துப்பாக்கிப் பிடித்தவர்களின்
கைரேகைகள் பதிந்திருக்கும் வாழ்க்கை
எமது

●●

அப்போதிலிருந்து இப்போதுவரை
சொல்லிக்கொண்டுதான் இருக்கிறீர்கள்
ஏழைகளின் சிரிப்பில் இறைவனைக் காணலாமென்று
இறைவன் எங்கே

இருந்ததை
இருப்பதை இன்னும் இருக்கப்போவதையெல்லாம்
களவாடிவிட்டப் பிறகும்
ஒரு புன்னகையால் எதிர்கொள்கிறோம்
நசியுறும் இவ்வாழ்வை

போங்கள்
பசித்திருக்கும் வயிற்றை ஈரத்துணியால் கட்டி
உலர்த்திக் கொண்டிருக்கும் இப்பொழுதுகளில்
வாய்க்கிழிய கதைக்கிறீர்கள்
இந்த நாடு வல்லரசாகிக்கொண்டிருக்கிறது என்று
நாங்கள் கேட்பது விமோசனத்தை
நீங்கள் சொல்லிக்கொண்டிருப்பது வியாக்கியானத்தை
அட சீ...

••

ஜன்மனா ஜாயதே சூத்ர: கர்மணா த்விஜ ஜாயதே'

செத்த மாட்ட தோலுரிச்சி
பொதெச்ச எடத்தில நெளியிரப்புழுவா
புளுகுறானுவ எப்பவும்

சிரசில் ஒருத்தன் பொறந்தான்
தோளில் ஒருத்தன் பொறந்தான்
தொடையில ஒருத்தன் பொறந்தான்
காலடியில ஒருத்தன் பொறந்தான்னு
மனுவின் பிரம்மகதைய
எழுதி வைச்சானுவ

மூக்கணாங்கயித்த அத்துக்கிட்டு
பெருமூச்சைக் கெளப்ப
எருவுலக்குத்தித் தீட்டின கொம்பா
பொத்துக்கிட்டு வருது
வக்காளி பயலே நான்
எங்க அப்பனுக்குத்தான் பொறந்தவன்டான்னு

●●

குறிப்பு: பிறப்பால் யாவரும் சூத்திரனே ஆனால் தொழிலால் நாம் வேறுபட்டவர்கள் என்று சொல்லும் வேதத்தின் சொல்.

அன்பைத் தீட்ட ஒரு புன்னகைப் போதுமானது
கண்ணீரைத் தவிர
வேறு எந்தவொரு தூரிகையாலும் வரைய முடிவதில்லை
மரணத்தை

மரணத்திற்கு அருகில் புன்னகைக்கும்
ஒரு குழந்தையின் மனம் வாய்த்திருக்கிறதெனில்
எழுதலாம் ஒரு சொல்லை
மரணமென்பது வாழ்வின் முற்றுப்புள்ளியல்ல

●●

அங்கும் இங்குமாய் அலைந்து திரிந்ததில்
அலுத்துப் போனது
அனுமார் வேசக்காரனுக்கு

கையேந்திய சில்லறைகளில் வயிற்றுக்குப் போக
வாங்கியாக வேண்டும் வர்ணம்
நாளைக்குப் பூச

தூங்க நகரமொன்றின்
ஏதாவதொரு பாலத்தின் மங்கிய வெளிச்சத்தில்
படுத்துறங்க இடம்தேடியலைகிறார் கடவுளும்
இன்னும் பிற சகதேவர்களும்

கடவுளுக்கு
தெரிந்திருக்க வாய்ப்பில்லை ஒருபோதும்
காடு மலைகளையே தாண்டிய நம்மால்
மனிதர்களின் தேசத்தில்
வறுமைக்கோட்டை தாண்ட முடியாதென்று

●●

நெடுஞ்சாலைப் போட
விதைத்த நிலத்தைப் பறிகொடுத்து
வயிற்று பிழைப்புக்கு வழியற்றுப் போனவன்

பஞ்சம் பொழைக்க வந்திறங்கிய நகரொன்றில்
வானத்தை மறைக்க வைக்கப்பட்டிருக்கும்
டிஜிட்டல் இந்தியாவின் விளம்பரப் பேனரின்
நிழலடியில்
விற்றுக்கொண்டிருக்கிறான்
வெடித்த மரவள்ளிக்கிழங்குகளை

●●

கழுத்தில் சிலுவை கிறிஸ்தவனுக்கு
தலையில் குல்லா முகமதியனுக்கு
கழுத்தில் கொட்டையோ நெற்றியில் பட்டையோ
இந்துவென்று
மதத்தின் அடையாளங்களாய் மட்டுமல்ல
பெயரிலும் இருக்கிறது மதமும் சாதியும்

வயக்காட்டுச் சூரியனை சுமந்தவனின்
கருத்தத் தோலின் நிறமென்பது மட்டுமல்ல
பின்நவீனத்துவ நரகமொன்றில் வாழப்
பழகிய போதும்
குலசாமி சாமி யாரெனக் கேட்கிறவன்
எளிதாக கண்டுபிடித்து விடுகிறான்
நான் இன்ன சாதியென்று

●●

ஒரே தெருவின் எதிரெதிர் வீடுகளில்
வசித்துக்கொண்டிருககிறோம்
வெகுகாலமாய்
பெயரும் தெரியாமல்
பேச வாய்ப்பற்றும் போன
எங்களுக்கிடையே
அவர்களின் தோட்டத்து நாவல்மரத்தின்
ஒருசிறுசெடி
எனது வீட்டு தோட்டத்தில் வேர்பற்றிக் கொண்டிருப்பது
ஒரு பெயர் தெரியா பறவையால்

●●

எங்கோவொரு வனத்தினிடையே
மூங்கில் துளைகளிலிருந்து வெளியேறும் மெல்லிய
இசையையும்
எங்கோவொரு தாயின் வற்றிய மார்பின்
உயிர்த்துளிகளுக்காக அழுகிற
குழந்தையொன்றின் கண்ணீரையும்
எங்கோவொரு மனிதனின் பறிக்கப்பட்ட உரிமைகளுக்காக
போராடுகிறவனின் குரலையும்
எங்கோவொரு காட்டிடைப்பூக்களின் வாசத்தையும்
எங்கோவொரு சேரியில் எரியும்
சுடுகாடு மறுக்கப்பட்டவனின் பிணவாடையையும்
எங்கோவொரு சாதிக் கலவரத்தில்
கொளுத்தப்பட்ட குடில்களின் நெருப்புச் சாம்பலையும்
சுமந்துவரும் இந்தக் காற்றில் அனுப்பி வைக்கிறேன்

எங்கோவொரு சமவெளியில் மண்கிளறி வெளிவரும்
சிறுவிதையொன்றின்
வாழ்தலுக்கான நம்பிக்கையையும்
மிச்சமுள்ள சொற்களையும்

●●

எதுவுமிங்கே சாத்தியமில்லை
சொர்க்கத்தின் இன்னொரு பெயர் தெரு
உறங்கும் இரவுகளில் கொசுக்கடியின் வலியினை
உணரவில்லையெனில்
உங்களுக்கு பெயர் கடவுள்

இழப்புகளைப் பற்றியக் கவலையின்றி
வாழப் பழகினால்
மக்களெனும் அகராதியொன்றில் சேர்க்கப்படுவீர்கள்
திருடர்களை தேர்ந்தெடுத்துக் கொண்டிருக்கும்
இத்தேசத்தில்
வாழ்வதற்கு இன்னொரு வழியிருக்கிறது
அடித்துப் புடுங்குவது அல்லது
இருப்பதையும் பறிகொடுத்து நடுத்தெருவில் நிற்பது

அடிக்க அடிக்க வலிகளை
மறக்கடிக்க செய்துக்கொண்டிருக்கிறது அதிகாரம்
இறையாண்மையென்பது கேள்விக்குறியென
தொங்கிக்கொண்டிருக்கும் இக்காலத்தில்
சகித்திருக்க இயலாது கேள்வி கேட்பவனுக்கு பெயர்
தேசத்துரோகி

உங்களுக்கு தாகமெடுக்கையில்
சிறுநீரைப் பெய்ந்து குடியுங்கள்
பசிக்கிற பொழுதில்
உங்கள் உடலை நீங்களே பிய்த்துத் தின்னப் பழகுங்கள்
தயவு செய்து
விரல்களை மிச்சம் வைத்துக்கொள்ளுங்கள்
ஏனென்றால்
மக்களாகிய உங்களுக்கு இன்னொரு
பெயர் இருக்கிறது

"வாக்காளர்"

● ●

அப்பா போனதுக்கப்புறம்
நீச்சுத்தண்ணிக்கும் வக்கத்து போனவள்
வாயவயித்தைக் கட்டி
கல்லூரிக்கு அனுப்பி வைத்தாள்

விடுதிச்சோற்றில் செத்தப்புழுக்கள் மிதக்கும்
ஒரு அரிசியைப் போல
இலவச பஸ்பாஸ் முடிந்துவிட்ட பிறகும்
வித்தவுட் டிக்கெட்டில் ஒரு கெத்து

சேற்றுப்புழுதியின் வாசம் போகாத வேர்வை கசிய
சென்னையில் படிக்கும் சகாக்களோடு
பேருந்தின் சன்னலில் தாளமிசைக்க ஒரு கானா
தயங்கி தயங்கி கொடுக்க தவிர்த்த காதல்கடிதம்

இதுக்கு மேல எதுக்கும் வழியில்லையென
எழுதியெழுதி
எட்டாவது முறையாக தேர்ச்சியான டிஎன்பிசி
அடித்து பிடித்து ஒரு அரசாங்க உத்யோகம்
கைக்கும் வாய்க்குமென கொஞ்சம்
சம்பளப்பணத்தில்
தூக்கி சுமந்தவளுக்கு மணியார்டர் பண்ண வழியில்லை
பழையக்காதலை நினைத்தபடியே
வெளுத்துப்போன நரைத்தமுடி

வேலை செய்கிற அலுவலகத்தில்
வந்து வாய்த்திருக்கும் மேலதிகாரி
அவனுக்கு சாதிப்போட்டப் பூணூல் கயிறுதான்
என் கழுத்தையும் இறுக்கிக்கொண்டிருக்கிறது
இங்கேயும்

இப்போதும்
புத்தகத்தின் அட்டை படத்தை
மறைத்தபடிதான் வாசித்துக் கொண்டிருக்கிறேன்

'சாதியை ஒழிக்கும் வழியை'

••

எவருக்கான மேடைகளில்
நடித்துக்கொண்டிருக்கிறேன் நான்
எவருக்கான சாப்பாட்டுத் தட்டில்
என் பசிக்கான சோற்றுப்பருக்கைகள்
எவரின் சிறகுகளில்
பறந்துக்கொண்டிருக்கிறேன் இக்கணம்
எவரின் சாயலுடையது
இத்தனை காலமாய்
போர்த்தி திரியுமிந்த முகம்
என்றெல்லாம்
பதிலற்ற கேள்விகளோடு
அரிதாரம் பூசி அடவுகட்டியாடுகிறது
இந்த வாழ்வெனும் ஒரு தெருக்கூத்து

லோடுலாரிகளால்
படுகொலை செய்யப்பட்ட
ஆற்றுப்படுகையிலிருந்து தப்பிய
ஒரு கூழாங்கல்
சொல்ல காத்திருக்கிறது
என்றேனும் இவ்வழியே ஊற்றெடுத்து வரும் நதியிடம்
மணற்குழந்தைகளை கடத்திய
அகதிகளின் கதையை

●●

சுதந்திரம் என்கிற சொல்லை எப்போதும்
சிறகுகளால் உச்சரிக்கின்றன
பறவைகள்
சுதந்திரமென்பது
பறித்தலன்று
பறத்தல்

●●

உத்தரவு மகாராஜா

நீங்கள் எதை சொன்னாலும்
நாங்கள் தலையாட்டிக் கேட்போம்
ஏனென்றால்
உங்களிடம் அதிகாரமிருக்கிறது
மக்களை குறிபார்த்தபடி துப்பாக்கி ஏந்திய
இராணுவமிருக்கிறது

உங்களுக்கு எதிராக இனி ஒருபோதும் பேசமாட்டோம்
ஒரே மொழி ஒரே கல்வி
ஒரே கலாச்சாரம் ஒரே தேசமென்று
நீங்கள் எதை திணித்தாலும்
நாங்கள் ஏற்றுக்கொள்வோம்
ஏனென்றால்
இது உங்கள் நாடு மறுத்தால் எமக்கான சுடுகாடு

அச்சடிக்கும் ரூபாய் நோட்டுகளில்
புதிய பாடப்புத்தகங்களில்
வாய்பேசாதிருக்கும்
இந்தியனின் குருதி சிவப்பை காவியின் நிறமாய் மாற்றிட
அவசர சட்டம் கொண்டு வந்தாலும்
உங்களுக்கு எதிராக இனி ஒருபோதும் பேச மாட்டோம்
ஏனென்றால்
இது உங்கள் நாடு மறுத்தால் எனக்கான சுடுகாடு

தேச வரைபடத்திலிருந்து காஷ்மீரத்தை கூறுபோட்டு
தெற்கில் நட்டாலும்
தமிழ்நாட்டை பெயர்த்தெடுத்து வடக்கில் எறிந்தாலும்

ஒரே ஆடை ஒரே உணவு
ஒரே மதம் ஒரே சட்டமென
உத்தரவு போட்டாலும்
உங்களுக்கு எதிராக இனி ஒருபோதும் பேசமாட்டோம்
ஏனென்றால்
உங்களிடம் அதிகாரமிருக்கிறது
மக்களை குறிபார்த்தபடி துப்பாக்கி ஏந்திய
இராணுவமிருக்கிறது
ஆனாலும்
ஒன்றை மட்டும் நினைவில் வையுங்கள்

பாசிசத்தின் வேட்டைக்காடாய் மாற்றிய இந்நிலமெங்கும்
அதிகாரத்தினால் அடக்குமுறைகளால்
குருதி சொரிந்தவர்களுக்கான வரலாற்றை எழுதியபடி
வருவார்கள் ஒரு புதிய தலைமுறை
அப்போது
உங்கள் பழைய பிணங்களைகூட
தோண்டியெடுத்துக் கழுவிலேற்றுவோம்

ஏனென்றால்
வரலாறு முக்கியம் மகாராஜா

●●

எப்போதும்
நீ
நீயாக தான் இருக்கிறாய்
எப்போதும்
நான்
நானாக இருப்பதில்லை
வெளிப்படையாக
நீ யாரென
சாதி குறித்து கேட்கப்படும் பொழுதுகளில்

●●

வீசியெறிந்து விட்டுச் செல்லும்
வெறும் சல்லிக் காசுகளால் மட்டும்
செழித்து விடுவதில்லை
அடுத்த மனிதரின் மீதான அக்கறை
பசியில் மயங்கி விழுகையில்
அச்சடித்தக் காகிதமல்ல
உள்ளங்கையில்
கொடுங்கள் ஒரு ரொட்டித்துண்டை

கைதவறி விழுகிற
ஒரு சோற்றுப்பருக்கை கலவரப்படுத்துகையில் இருக்கிறது
எங்கோ பசித்திருக்கும் உயிர்களுக்கான
மனசாட்சி

●●

உள்ளுக்குள்
தன்னை செதுக்கிக்கொள்ளாத சிற்பியின்
உளியிலிருந்து முழுமையடைவதில்லை சிற்பம்
கல் உடைப்பவன்
ஒருபோதும் சிற்பியாக முடியாது

● ●

கைவிடப்பட்டவனின் விரல்களின் வழியே கசிக்கின்றன
நொதித்த வாழ்வின் துயரம்
சாலையில் வரையத்தொடங்குகிறான்
கடவுளை
மழைவந்து அழித்தச்செல்லாதென நினைக்க வாய்பில்லை
வந்துவிழும் சில்லறைக்காசுகளில்
வயிறுக்கழுவும் வாழ்க்கை
தெருவோரங்களில்
கிழிந்த கோணிசாக்கில் குடித்தனம் நடத்தும்
அவனது கருப்பு வெள்ளைக் கனவுகளில்
வந்துப் போனதில்லை எந்தக் கடவுளும்
நீங்கள் பார்க்க தவிர்த்து நகரும் இப்பெருநகரத்தின்
சாலையில் வரைந்துக் கொண்டிருப்பவனின்
விரல் வழியே கசியும்
அவனது குருதி

●●

எருகலைத்து விதைத்த தானியங்கள்
முளைவிட்டு பச்சைக்கட்டியிருக்குமென
இறங்கி நடந்தான்
களையெடுப்புக்கு ஆள்சேர்க்கும் நினைப்போடு
பாதங்கள் வெடித்திருக்கும் கால்களுக்கடியிலிருந்து
கொஞ்சம் கொஞ்சமாய் நழுவிக்கொண்டிருந்தது நிலம்
எட்டுவழி சாலையாய்

●●

தென்னை கன்றுகளுக்கு மார்குடம் சுமக்கிறாள்
பூக்கத் தொடங்கும் இந்த மாதத்தில்
மா முந்திரி மரங்களின் பூவாசம் கிழிந்த சேலையில்
வீசிக்கொண்டிருக்கும்

அன்னந்தண்ணி ஆகாரமின்றி உச்சிப்பொழுதில்
தும்பைக் காட்டில்
துடைப்பம் அறுத்துத்திரிவாள்

இற்றுப்போன சுவருக்கு வெள்ளையடிக்க
பனங்குடுக்கைகளை அடுக்கி
கிளிஞ்சல்களை சுடும் மண் சூளையின்
நெருப்புத்தனலில் வெந்துத் தணிவாள்

ஒவ்வொரு முறையும்
கூப்பிட்டு வந்து
நகரத்தில் நட்டாலும்

போற உசுறு எம்மண்ணோட போகட்டுமென
வேரோடு பெயர்த்துக்கொண்டு
ஊருக்கே திரும்பி விடுகிறாள்
அம்மா

●●

வாசித்துக்கொண்டிருந்த
கவிதை புத்தகத்தின் திறந்திருந்த பக்கத்தில்
வந்தமர்கின்றன ஒரு பட்டாம்பூச்சி
பூவினையொத்த அதன் சிறகுகளின் நிறங்களில்
அழித்தொழித்தக் காடொன்றின் குருதி வழிகின்றன
கவிதைப் புத்தகத்தை மூடுகிறபோது
நான் ஒரு காட்டை தானே மூடினேன்
இப்போது
புத்தக காகிதத்தினுள்
அசையும் காட்டில் பறந்துக்கொண்டிருக்கின்றன
பட்டாம்பூச்சிகள்.

●●

சாதிக்கொரு மீசை
முகத்துக்கு நேராய் கையை உயர்த்துகையில்
நாற்றமடிக்கும் அக்குளில்
குறிக்கு மேலடர்ந்த ரோமங்களை
சவரம் செய்ய கத்தி ஒன்றுதான்
கைகள் மட்டும் மாறிக்கொண்டிருந்தது
காலங்காலமாக
ஆண்டைகளின் முன்னால்
அடிமைகள் ஏந்திய ஆயுதம்
மழித்துக்கொண்டிருக்கிறது
அவரவர் மசுருகளை
ஆண்டசாதியானாலும்
அடிமைசாதியானாலும்
மீசையென்பது
வெறும் மயிரு தான் சவரக்கத்திகளுக்கு

●●

மேய்ச்சல் நிலங்களை தொலைத்துவிட்ட
மிருகங்களின் இளைத்த உடலெங்கும் காடுகளின்
உதிர்காலம்
மரணத்தை விடவும் கடினமானவைதான்
வாழ்தலென்பது
உயரங்களைப் பற்றிய அச்சமில்லை
உயிர்த்தலுக்கான
ஒரு சிறுசெடி ஆகாசத்தில் வேர்பிடித்திருக்குமெனில்
பசித்த விலாவிலிருந்து
சிறகுகள் முளைக்கத் தொடங்குகின்றன
வறையாடுகளுக்கு

●●

என் பெயர் குப்பன்
எந்த ஊர்?
நாட்றம்பள்ளி
அலங்காசரம்
வேறு ஏதாவது அடையாளம் உண்டா?
தமிழன்
இந்து
இந்தியன்
வேறு ஏதாவது அடையாளம் உண்டா?

மனிதன்

எந்த சாதி?
மனிதன்
கீழவனா மேலவனா?
மனிதன்
மனிதன்

வேறு ஏதாவது அடையாளம் உண்டா?
உங்களைப் போல
செரைக்க செரைக்க
வளரும் மயிறு

சுடுக்காட்டுக்குப் போகும் பாதையை மறுத்தால்?
மலத்தை சுமக்கும் உடல் அழுகி
சாதியாய் நாறுவேன்
ஊரெங்கும்

●●

கொஞ்சம் பொறுங்கள்
பிரதமர் உரையாற்றுகிறார்
"எனது உடம்பில் கடைசி சொட்டு ரத்தம் இருக்கும் வரை
உங்களுக்காகவே உழைப்பேன்"
என்று

இன்னொரு முறையும்
அரியணையில் அமரும் வாய்ப்பொன்றைத் தரும்படி
மக்களிடம் கேட்டுக்கொள்கிறார்
பசித்த வயிற்றின் மீது இறுக்க கட்டிக்கொள்ளுங்கள்
ஈரத் துணியை

பொறுங்கள்
தேசத்தின் காவலாளி
புகைப்படம் எடுத்துக் கொண்டிருக்கிறார்

● ●

ஒரு ஓவியத்தை தீட்ட நினைக்கிறேன்
அதன் தூரிகை வரைந்துக்கொண்டிருக்கிறது
என்னை
ஒரு கவிதையை எழுத நினைக்கிறேன்
அதன் சொற்கள் எழுதிக்கொண்டிருக்கிறது
என்னை
வாழ்க்கை எப்போதும்
ஒரு வெற்றுத்தாளாகவே இருக்கிறது

●●

மனிதன் என்பவன்
நாடுகளாலும்
நகரங்களாலும்
கிராமங்களாலும்
உருவானவனில்லை

காடுகளாலும்
மலைகளாலும்
நதிகளாலும்
வனம் சார்ந்த உயிரிகளாலும்
உருவாக்கப்பட்டவன்

நான்
எனக்குள் வனங்களை சுமந்து திரிகிறேன்

●●

பள்ளிக்கூடத்திற்கு நடந்து செல்லவும்
செத்தவன் பிணத்தை
பாடைக்கட்டி தூக்கிப்போகவும்
உருப்படியாய் ஒரு பாதையில்லை ஊருக்குள்

ஆனாலும்
அரசும் அதிகாரமும்
பிடிங்கிக் கொண்டிருக்கிறது
மக்களிடமிருந்து உழவாடிய நிலத்தை
எட்டுவழி சாலைக்கு

●●

புணரவந்தவன் தன் முனிவனல்ல
வேறொருவன் எனத் தெரிந்தும்
கலவி சுகத்தில் ஊறிக்கிடந்ததாய் கதைகட்டி
வனத்தியை கல்லாகி நிற்க வைத்தது
ஆணாதிக்கத் திமிர்

மனையாளின் கற்பை சோதிக்க
தீயில் இறக்கிய இராமனின் பாதங்களில்
உயிர்த்தெழும்படி புனையப்பட்டது
பெண்ணின் மீது நிகழ்த்தப்பட்ட
புராணத்தின் துரோகம்

சாபத்தால்
ஆயிரம் யோனிகளை பெற்ற இந்திரனே
ஒரு பொழுதேனும் உணர்ந்திருக்கிறாயா
எம் அகலிகைகளின்
விடாய்க்குருதி சிந்தும் காலத்தின்
வலிகொண்ட வாழ்வை

●●

கள்ளிப்பாலூற்றிக்
கொல்லக் காத்திருந்தவர்களிடமிருந்து தப்பித்திருப்பாய்

பிறந்த வீடு
மூக்கனாங்கயிறு போடக்காத்திருக்கும்
புகுந்த வீடு
நுகத்தடி பிணைக்கும்
அடங்க மறு
புத்தகம் திற

காலந்தோறும்
இல்லற வண்டியை இழுத்துக்கொண்டேயிருப்பதற்கு
நீயொன்றும் நுகத்திடிப் பூட்டிய மாடல்ல
மனுசி

உருவாக்குபவர்களை
உருவாக்குபவள் நீ
உன் கால்களை பிணைக்கும்
மரபுகளை உடைத்தெறி
கூந்தலை நறுக்கு

கண்மை கரைக்கவல்ல
உன் விழிகள் சூரியனின் கருவறை
கற்பினை போதிக்கும்
மடமைகளை கொளுத்து

மனதில் எழுது
இப்புவியில்
சக்தி இல்லையேல் சிவனென்பது
செத்தப் பிணம்

● ●

நெய்தல் நிலத்தின் கிளிஞ்சல்களால்
பாதங்களில் கிழிப்பட்டு திரும்பிய
ஒரு கடலின் வேர்வை கசியும் உப்புக்கரிப்பை
உணர்ந்திருக்கிறேன்
பால்மறக்கடிக்க வேம்பை குழைத்துத் தடவிய மார்பின்
காம்புகளில் கசப்பினை பருகியிருக்கிறேன்
புடவையில் கட்டியத் தூளியில்
அம்மாவின் கருத்த முகத்தில் இராக்காலத்தின்
நிலவொன்று விழித்திருக்கும்
கழுவிவிட்டக் கையோடு சோறள்ளித்தின்ற அவளது
சகிப்பிற்கு ஈடில்லை எதுவும்
ஈன்றுப் புறம்தள்ளிய அடிவயிற்று சுருக்கங்களைப் பற்றி
எழுதியக் கவிதையொன்றை வாசித்துக்காட்டுகிறேன்
அவளுக்கு ஒன்றும் புரியவில்லை
தீப்புண்களால் தழும்புகளாகி
காய்ப்பேறிய அவளது உள்ளங்கையில் ஒரு முத்தம்
பதிக்கிறேன்
இந்த கவிதை முடிகிற கடைசி சொல்லில்
ஒரு கதை கேட்பவளைப் போல
அவள் உச் கொட்டிக்கொண்டிருக்கிறாள்

●●

காந்தியின் மூன்று குரங்குகள்:

தீயதை பார்க்க கூடாதென
கண்களை மூடிக்கொண்டிருந்த ஒரு குரங்கு
மாட்டிறைச்சியை அரசியலாக்கி மதத்தை ஏவுகிறது
சலாம் அலைக்குமென வாழ்ந்துப் பழகியவனை
தெருக்கம்பத்தில் கட்டிவைத்து
ஜெய் ஸ்ரீராம் சொல்லச் சொல்லி அடித்துக்கொல்வதை
வேடிக்கை பார்த்துக் கொண்டிருக்கிறது

தீயதை கேட்கக் கூடாதென
காதுகளை மூடிக்கொண்டிருந்த ஒரு குரங்கு
சாதிகளை மோதவிட்டு
எரியும் குடிசைகளுக்குள் உயிர்கருகும் அப்பாவி மக்களின்
அழுகுரலை ரசித்துக்கொண்டிருக்கிறது

தீயதை பேசக் கூடாதென
வாயை பொத்திக் கொண்டிருந்த ஒரு குரங்கு
பொய் வாக்குறுதிகளை கொடுத்து அதிகாரத்திற்கு வந்து
ஆட்டிப்படைத்துக் கொண்டிருக்கிறது மக்களை
அதன் வசம் இந்த நாடு ஒரு பூமாலையாகிவிட்டன இன்று

நீதி நேர்மையென்பது
வலுத்தவனின் வீட்டு காவல் நாய்களாகி
உரிமைக்கு குரல் கொடுப்பவனின் குரல்வளையை
கவ்வுகிறது
அநீதிகளின் தேசத்தில்
அகிம்சை என்பது
இம்சை

மனித பிணங்களின் புலாலுக்கலையும்
அந்த குரங்குகளால் தான்
செத்த பிறகும் சுட்டுக்கொல்லப்படுகிறார்
காந்தி

●●

நீ
சிதையில் எரியும் நெருப்பு
விளக்கின் திரியில் சுடரும் தீ
நான்
தீயென்பது
எரிப்பதல்ல
எழுதுவது

● ●

இந்து இந்தி இந்தியா
எனும் தலைப்பில்
புராண காலத்தின் மனுக்கூத்தொன்று
நிகழ்ந்துக்கொண்டிருக்கின்றன
ஊரெங்கும்

மேடையில் வேசம் கட்டி
வாயசைப்பவனுக்கு ஏற்றபடி உள்ளேயிருந்து
குரல்கொடுக்கிறான் ஒருவன்

'ஒரேதேசம் ஒரே கலாச்சாரம்'

ஏற்றுக்கொண்ட கதாபாத்திரத்திற்குத் தகுந்தபடி
நடிக்கத்தொடங்குகிறார்கள் ஒவ்வொருவரும்

சாதியின் முகமூடியணிந்த ஒருவனும்
காவியின் நிறம்பூசிய மற்றொருவனும் கைகோர்த்தபடி
பஞ்சைப்பராரிகளாகிய மக்களை
வேட்டையாடத் தொடங்கியவர்கள்
கடவுளை துணைக்கழைத்து களிநடனமாடுகின்றனர்

கைதட்ட மட்டுமே பழக்கி வைக்கப்பட்டிருக்கும்
மக்களின் கூட்டத்திலிருந்து
கேள்வி கேட்டவனின் நாக்கை
அறுத்து வீசுகிறான் ஒருவன்

புழுதியெங்கும் குருதிசிந்தியபடி விழுந்த நாக்கு கேட்டது
சட்டத்தின் படிதானே எல்லாம் நடக்கிறதென்று
ஏற்கனவே தணிக்கையை மீறி எழுதியதற்காக
வெட்டி வீசப்பட்ட விரலொன்று

துடித்தபடி சொன்னது இங்கே யாவும்
சனாதனத்தின்படியே நடக்கிறது மகாசனமே

திரைமறைவிலிருந்து
கையிலிருக்கும் ஒரு நூலை இழுக்கிறான்

செருப்பாண்ட தேசத்தை எக்காலமும்
ஒரு நூலொன்று பிரித்தாளும்
விலகியத்திரைக்கு வெளியே அரசனின் முன்னால்
உரிமைகளை இழந்தவர்கள்
துண்டிக்கப்பட்ட தமது தலைகளை தேடியலைகின்றனர்
இருளடர்ந்த நிலமெங்கும்

அதிகார மேடையில் அமர்ந்திருக்கும் வலுத்தவனின்
கட்டளையை ஏற்று
இழுக்கிற இழுப்புக்கெல்லாம்
மேடையில் ஆடிக்கொண்டிருக்கின்றன
சிரசினை இழந்ததுகளும்
சில நாக்கு மரங்களும்

அவர்கள் வந்துக்கொண்டிருக்கிறார்கள்
அரிதாரத்தை கலைத்த மனித முகங்கொண்டு
மறுபடியும் புதிய வாக்குறுதிகளோடு

இருப்பதையெல்லாம் செல்லாதென
அறிவித்துவிட்ட ஒரே நாளில்
டிஜிட்டல் இந்தியாவின் வீதிகளில்
கையேந்தி நிற்கவைக்க

● ●

வைக்கோல் திணித்த சோலைக்கொல்லையின்
மனித உருவமிங்கே எல்லாவகையிலும்
கேலிக்குள்ளாகிக் கொண்டிருக்கின்றன

வாழ்வும்
கவிதையும் தெரியுமென்று திரிந்த மதர்ப்பு
தோற்றுப்போனது
ஒரு செருப்புத் தைக்கிற மனிதனிடமும்
விதை ஒன்றின் மெல்லிய வேர்களுக்கு
நெகிழ்ந்து கொடுக்கிற கரும்பாறையிடமும்

அடித்தல் திருத்தலின்றி
எழுதப்பழக வில்லை இன்னும்

யாருமற்ற தனிமைகளில்
யோசித்துக் கொண்டிருக்கிறேன்

எழுத்துக்கும் வாழ்வுக்குமிடையில்
எப்படி உண்டானது
இத்தனை இடைவெளியென

●●

முளைக்கும் சிறகுகளுக்காகக் காத்திருக்கையில்
நிகழ்கின்றன அகதியாகும் பட்சியின் கூட்டுவாழ்வு
துயரங்களால் உறைந்திருக்கும்
ஒரு வனத்தில்
வெட்டிசாய்க்கப்பட்ட மரமொன்றின் காயத்தின் மீது
அமர்ந்திருக்கும் சிறுபறவையொன்று
திசையெங்கும் தேடுகின்றன
தாய் பறவை ஓடுடைத்த அடிவயிற்றுக் கூட்டை
ஒரு பறவையின் கேவலை கேட்டுக்கொண்டிருக்கும்
மரங்களின் கிளைகள் அடித்துக்கொள்கின்றன
காற்றிலெங்கும்
ஆனாலும் இத்துயரம்
இரண்டுக் கால்களுடைய நாய்களுக்கு
உரைப்பதேயில்லை எப்போதும்
காடுகளை விதைத்த பறவைகளுக்கு இனி
காடுகளுமில்லை
பறவைகளுமில்லையென்பது.

●●

இப்போதும்
உன்னைப்பற்றி எழுதும் சொற்களில்
உன் பால்கவுச்சியின் வாசம் வீசுகிறது

உன் முந்தானை கிழித்து ஏற்றிய
விளக்கின் மங்கிய வெளிச்சத்தில்
எழுத்துக்கூட்டி வாசிப்பேன்
அடுப்பங்கரையில் உட்கார்ந்து
புரிந்ததுபோல தலையாட்டி மகிழ்வாய்

நிலவைக்காட்டி சோறூட்டிய
எந்நாளும் நினைவில்லை இப்போதும்

அப்பா செத்துப்போனப் பிறகு
நடுத்தெருவில் நின்றாய்
ஊரே உன்னை வாயாடி என்றபோதும்
பனைமரத்தின் நீர்சொட்டும் ஒவ்வொரு சல்லிவேரின் ஈரம்
உன் அன்பிலானது
வாழ வேண்டிய வயதில் தாலியறுத்து நின்றவள்
வாயாட வில்லையெனில்
வாழ்ந்திருக்க முடியாது
இந்த குடிகார ஊருக்குள்

ஆடு மேய்த்துத் திரிந்த வயதில்
மழைக்காக கூட பள்ளிகூடம் ஒதுங்கவில்லை என்பாய்
நீ மட்டும் இல்லையென்றால்
எங்காவது
மாடு மேய்த்திருப்பேன்
வலையிழுத்து வயிறு பிழைத்திருப்பேன்

விடுதியொன்றில் என்னை சேர்க்க
தகரப்பெட்டியொன்றை தலைமேல் சுமந்துகொண்டு
ஒரு உச்சிப்பொழுதில்
நீ முன்னால் நடக்கிறாய் மணல்சூடு தாங்காமல் சாய்ந்த
உன் நிழலின் காலடி சுவட்டில்
என் பாதம் பதித்து பின்னால் நடக்கிறேன்

உன் மகன்
உன்னைப் பற்றி கவிதை எழுதுகிறான் என்று
யாராவது சொன்னாலும்
ஒன்றும் தெரியாதது போல
விறகு நறுக்கிக் கொண்டிருப்பாய்

இப்போதும்
உன்னைப்பற்றி எழுதும் சொற்களில்
உன் பால்கவுச்சியின் வாசம் வீசுகிறது
அம்மா

● ●

சொற்களற்றவனின் சில்லிட்ட உடலை
கிடத்தி வைத்திருப்பார்கள் வாசலில்
அநேகம்பேர்களின் துயர்மிகு கண்ணீரில்
கரைந்துக்கொண்டிருப்பேன்

சிந்திப்பதை நிறுத்திக்கொண்ட மூளையிலிருந்து இனி
வராது கவிதைகளுக்கான சொற்களும்
தோள்பற்றிக் கொள்கிற எனது கைகளும்

பிரேதத்தின் மீது சாத்திய மாலைகளின் பூக்கள்
வாடுவதைப் போல மூச்சற்ற உடலும்
துர்நாற்றம் வீசத்தொடங்கும்
போகத்தானே வேண்டும் இக்கணம்
புதைக்கவோ எரிக்கவோ காத்திருப்பான் ஒருவன்
சுடுகாட்டில்

கடைசியாக
முகம் பார்த்துக்கொள்ளுங்களென
ஒரு குரல் கேட்கும் மயானத்தில்
வாய்க்கரிசியோ கைப்பிடி மண்ணோ அள்ளிப்போட்டு
திரும்பி பார்க்காது வந்துக்கொண்டிருப்பீர்கள்

கையளித்து விட்டு போகவியலாத
கொஞ்சம் கனவுகளையும்
இன்னும் பேசித் தீராதசொற்களையும்
ஒரு பட்டாம்பூச்சியின் மெல்லிய சிறகசைப்பில்
காற்றிசைத்த இசையையும்

இன்னும் எழுதி முடிக்காத கவிதைகளையும்
என்னுடன் நான் எடுத்துச் செல்கிறேன்

தன்னந்தனியே
பற்றியெரியும் நெருப்பிலிருந்து விரைத்தெழுகையில்
நெஞ்செலும்பின் மேல் தடியாலடித்து படுக்க வைப்பான்
எரியூட்டுபவன்
எல்லாம் முடிந்து விட்டது

விடைபெற்றுப் போனவன்
வந்து சேர்வேன்
ஒருகைப்பிடி சாம்பலாக
பிறகான ஒரு நாளில்
கடலில் கரைத்துவிட்டு வந்த பிறகும் தீராத
வாழ்வொன்றின் நினைவுகளில்
அலையடித்துக்கொண்டிருப்பேன்
புகைப்பட சட்டகத்துக்குள்ளிருந்து அசைவற்ற
புன்னகையாக

ஆகவே
அப்போதைக்கு இப்போதே
எழுதி வைக்கிறேன்
வாழ நினைத்த ஏதோவொரு நாளில்தான்
இருக்கிதென் மரணம்

●●

வாசிக்கத் தெரியாதவன்
சந்தையில் புல்லாங்குழல் விற்கிறான்

சுட்டெரிக்கும் கடுங்கோடையில்
இடுப்பு சேலையின் வெக்கையில் குழந்தை உறங்க
கசிந்த வேர்வை உடம்பெல்லாம் பூத்திருக்க
விசிறி விற்கிறாள் தாயொருத்தி

ஆழ உழுது பயிரிட்டு
ஊருக்கெல்லாம் சோறு போட்டவன்
இலவச அரிசிக்கு வரிசையில் நிற்பதை காணும்
ஒவ்வொரு பொழுதும்

முரண்பாடுகள் என்பது
முரண்பாடுகளுக்கு அப்பாற்பட்டவையென
கடந்து போக மனமின்றி
எனக்குள் செத்து மிதக்கிறேன்
சொற்களுக்கு வெளியே

●●

முடிவுக்கு வந்துவிட்ட இளவேனில் காலத்திற்கு பிறகு
பூக்கத் தொடங்கியிருக்கிறது இப்பெருவனம்
மழைக்காக கையேந்தி நின்ற கிளைகளில் மறுபடியும்
வெளியேறி புலம் பெயர்ந்தப் பறவைகள் திருப்பக் கூடும்
துளிர்களுக்கிடையே கூடுகளை கட்டத்தொடங்கும்
சக பட்சிகள்
கிளிகள் பாடாதக் கிளைகள் பூப்பதில்லை
துயருற்ற காலத்தின் வலிகளை இசைக்கத்தொடங்கும்
கடந்து செல்கையில் கேட்கலாம் இனி
பச்சைகட்டி நிற்கும் காடென்பது
பறவைகளின் இசைக்கருவி

●●

இந்த வாழ்க்கையை
வாழ இடங்கொடுத்த இந்த மண்ணை
சக மனிதரை
உயிர்களை நேசிக்க கற்றுக் கொடுப்பவை

வாசித்தலும்
நேசித்தலுமென்பவை
வாழ்வொன்றின் தரிசனங்கள்

காலத்தை புரட்டத் தொடங்குகையில்
ஒவ்வொரு பக்கங்களும் அது நம்மை புரட்டும்

வெறும் காகிதங்களால் ஆனது தான்
எல்லாவற்றையும் இழந்து நிற்பவனுக்கு
கையிலிருக்கும் ஆயுதம்
என்றாலும்
நிலங்களை கடக்க சிறகுகளை வழங்குகின்றன

எருகலைத்து உழுத நிலமாய்
வாழ்வு செழிக்க
புத்தகங்கள் தான் விதைகளை தூவுகின்றன எப்போதும்

புத்தகங்கள்
சரித்திரத்தின் சக்கரங்கள்
மனித குலத்தின் தூரங்காட்டும் கற்கள்

காலத்தின் முதுகிலேறி
சவாரி செய்துக்கொண்டிருப்பவை கடைசி மனிதனுக்காகவும்
கடைசி மனுசிக்காகவும்

●●

சோற்றுக்கு வழியற்று நிற்பவன்
அச்சேராதிருக்கும்
கவிதை காகிதங்களை எடைக்குப் போட்டு விட்டு
எழுதத் தொடங்கினான் மறுபடியும்
கலை இலக்கியம் யாவும்

மக்களுக்கே

●●